கொஞ்சம் கவிதை, கொஞ்சம் ஃப்ளாஷ்பேக்

ஆசிஃப் இப்ராஹிம்

INDIA • SINGAPORE • MALAYSIA

ISBN 9798893229875

என் எழுத்துக்களை ரசித்த

என் பெற்றோருக்கு,

ஆசிரியர்களுக்கு,

நண்பர்களுக்கு,

மற்றும் என்னை இந்த புத்தகத்தை எழுத ஊக்குவித்த

என் தோழிக்கு

பேரன்புடன்

பொருளடக்கம்

முன்னுரை   7

அத்தியாயம் - 1

அகத்தின் எண்ணங்கள்   9

அத்தியாயம் - 2

மனிதனும் மனிதமும்   27

அத்தியாயம் - 3

வாழ்வு   41

அத்தியாயம் - 4

உந்துதல்!   51

அத்தியாயம் - 5

சமூகம்   61

அத்தியாயம் - 6

நானும் காதலும்   79

அத்தியாயம் - 7

ரசிகர்களுக்காக   97

முன்னுரை

ஒரு புத்தகம் எழுதும் அளவுக்கு நான் பெரிய எழுத்தாளர் இல்லை. கல்லூரி காலங்களில் ஆசிரியர் பாடம் எடுக்கும்போது வகுப்பறையில் என்னுள் எழும் சிந்தனைகள், கேள்விகள், குழப்பங்கள் என அனைத்தையும் பாடப்புத்தகத்தின் இறுதிப்பக்கத்தில் கிறுக்கும் பழக்கம் உண்டு. அவ்வாறு கிறுக்கிய பல கிறுக்கல் கவிதைகளும், இந்த உலகை புரிந்துகொள்ள முயன்ற காலங்களில் என்னை சுற்றி நடந்த நிகழ்வுகளின் எனது புரிதலை வெளிப்படுத்த உதவிய கவிதைகளும், கவிதை என்றாலே நினைவுக்கு வரும் காதல் கவிதைகளும் சேர்ந்த தொகுப்பே இந்த புத்தகம். கவிதை புத்தகத்தைதான் இவ்வளவு நீட்டித்து கூறினாயா என்று நீங்கள் கேட்கலாம் அனால் இது கவிதை புத்தகம்

இல்லை! கவிதையென நினைத்து நான் கொட்டிய எண்ணங்களும் அதில் நான் கண்ட நகைச்சுவைகளும், இவையனைத்தையும் எழுததூண்டிய சிறிய ஃப்ளாஷ்பேக்குகளும் சேர்ந்த புத்தகம்தான் இது. குழப்பமாக உள்ளதா? சரி, கவிதை புத்தகம் என்றே கூறுவோம்.

அத்தியாயம் - 1
அகத்தின் எண்ணங்கள்

நம்ம எல்லார்க்கும் வலிகள் பல இருக்கும் ஆனால் ஒரு கலைஞனுக்கு எது வலி? இதற்கான விடை இந்த புத்தகம் எழுதுவதற்கு முன்னால் தான் தெரிந்தது. அடிக்கடி கவிதை எழுதிய கைகள் பேனா பிடிக்க தயங்கியபோது, அடிக்கடி புதிய சிந்தனைகளை சிந்தித்த சிந்தையால் எதுவும் யோசிக்க இயலாமல் நின்றபோது வந்த வலி...அதுவே கலைஞனுக்கான வலி.

அந்த வலிக்காக...

மத்த வலிகளுக்கு மருந்து வாங்கலாம் அல்லது மருத்துவரிடம் போகலாம். ஆனால் இந்த வலிக்கு...

பதில் தேடிக்கொண்டிருக்கிறேன்.

எது வலி?

கலைஞனுக்கு எது வலி?

கவனிக்கப்படாத கலை வலியா?

சுட்டிக்காட்டும் குறை வலியா?

எண்ணில் அடங்கா புறம் வலியா?

கண்ணில் காணா அறம் வலியா?

கலை செய்த சிந்தையும் உடலும்,

நிலை மறப்பாயின் அதுவே வலி!

முன்னெல்லாம் முதல் காதல் என்றால்

பள்ளிப்பருவக் காதலை தான் சொல்லுவோம் ஆனால் இப்போது முதல் காதல் என்னவென்று ஒரு இளைஞனிடம் கேட்டால் தான் வாங்க நினைக்கும் அல்லது வாங்கிய முதல் துவிச்சக்கரத்தை (Bike) கூறுவான். அதே போல் தான் நானும், பெற்றோரிடம் அடம் பிடிக்காமல் வாங்கிய

என் முதல் காதலுக்காக...

காதலை அடைந்தபின் தான் புரிகிறது,

காதலிப்பது எளிது காதலோடு வாழ்வது கடினம் என்று.

பெட்ரோல் விலையை நினைத்துப் பார்த்தேன்.

உன் கரம் பிடித்து போகும் தூரம்,

மறைந்து போகும் என் துன்பம் யாவும்.

என் முகத்தில் குளிர்சுவாசம் வீச,

அந்த மதியும் நம்மை தொடர்ந்து யாச.

முடிவில்லா பாதையில் ஒன்றாய் போக,

இந்த சுகம் போதும் இப்புவியில் வாழ.

எல்லார்க்கும் இது எனது, அது எனது என்று சொந்தம் கொண்டாட ஒன்று இருக்கும். ஏன் இயற்கைக்கு கூட அப்படி பல உண்டு. ஆனால் வாழ்வில் நாம் தனியாக நிற்கும்போது எதுவும் சொந்தமில்லாதது போல் உணரும். அப்போதுதான் என் சிந்தைக்கு எட்டியது தனிமை உன்னுடையதுதானே என்று!

அந்த தனிமைக்காக...

ஆனால் சுற்றி பார்க்கும்போது தான் தெரிகிறது,

அது இங்கு பலருக்கு சொந்தமானது என்று.

இதில் கூட எனக்கென ஒன்று இல்லையே!

கதிர் கூறும் மதி எனது

கடல் கூறும் கரை எனது

உடல் கூறும் உயிர் எனது

கவி கூறும் அணி எனது

மனம் கேட்கும் எவர் எனது?

பதிலின்றி குழம்பிய சிந்தை கூறும்,

முடிவில் வந்த தனிமை நமது!

இந்த உலகில் நாம் அனைவரும் நிற்க நேரமில்லாமல் ஓடிக்கொண்டே இருக்கிறோம். ஒரு நிலையில்லாமல் ஒன்றின் பின் ஒன்றாக வாழ்வின் ஆசைகள், கடமைகள், தேவைகள் என எல்லாவற்றிற்கும் பின்னால் ஓடுகிறோம். சரி, எது நிலையது? இதற்கான பதிலை எழுதலாம் என்றபோது என் எழுதுகோலே நின்றது...

அந்த கேள்விக்காக...

பின்புதான் தெரிந்தது எழுதுகோலில் மையில்லை என்று.

ஓடும் வாழ்வில் நிலையதை கூற

கவிஞனின் எழுதுகோலும் நிற்கும்.

"மாற்றம் ஒன்றே மாறாதது." இந்த வாக்கியத்தை நாம் பல இடங்களில் பார்த்திருப்போம். இரவுகள், நினைவுகள், உறவுகள், கடமைகள், கனவுகள் என எல்லாமே மாறும் ஆனால் மாறாதது என்னவென யோசிக்கும்போது, நாம் ரசிப்பது மாறாது என்று தோன்றியது!

அந்த ரசனைக்காக...

சிறுவயதில் பிடிக்காத பாடல்களும், படங்களும் இப்போது பிடிக்கும்போதுதான் புரிகிறது ரசனையும் மாறுமென்று.

இரவுகள் மாறும், நிலவின்

நிலைகள் மாறும்.

நினைவுகள் மாறும், உயிரான

உறவுகள் மாறும்.

கடமைகள் மாறும், மனிதர்

கனவுகள் மாறும்.

ரசனைகள் மாறும், ஆனால்

ரசிப்பது மாறா...

என்றும் ரசிகனாய்

'நான்'

நம்மில் பலர் இரவு நேரத்தில், ஊரே அடங்கியதும் மனதில் வரும் சத்தமான கேள்விகள், குழப்பங்கள், சந்தேகங்கள் என எல்லாவற்றையும் நம்மிடமே பேசுவதுண்டு, அவ்வாறு நம் மனக்குமுறல்களையும், உலகமறியா உண்மைகளையும் கேட்ட அந்த இரவுக்காக,

அந்த அமைதிக்காக...

எல்லாம் பேசிவிட்டு கண்களை மூடினால் ஓர் ஒளி தெரியும், வேறொன்றுமில்லை விடிந்துவிடும்!

இதய துடிப்பின் இரு ஒளி கேட்க,

மறந்த நாட்கள் மறுபடி பிறக்கும்.

மெத்தையும் சுவரும் கதைகள் கேட்க,

இரவின் போதையில் மனமோ மூழ்கும்.

பகலின் வருகையை ஏனோ மறுக்க,

முரணாய் இருப்பினும் பகலும் ரசிக்கும்!

நம் வாழ்க்கையில் அன்றாட நாம் பல தவறுகள் செய்யலாம், அதிலிருந்து நாம் சிலதை கற்றுக்கொள்வோம், சிலது நம் செயல்களையும் மாற்றும். ஆனால் சில நெருங்கிய மனிதர்கள் கற்றுக்கொடுக்கும் சில பாடங்கள் நம் வாழ்வையே மாற்றும்!

அந்த நெருங்கியோருக்காக...

ஆனால் பள்ளி பருவத்திலும் சரி, பின் வாழ்க்கை பருவத்திலும் சரி பாடத்தை வெகு சீக்கிரமே மறந்துவிடுகிறோம்.

நிகழ்வுகள் காட்டும் பாடம் செயல்களை மாற்றும்

நெருங்கியோர் புகட்டும் பாடம் நம் வாழ்வினை

மாற்றும்

இதுவா? அதுவா? என்று வாழ்வின் முக்கிய முடிவுகளை எடுக்கும் முன் நம்முள் வரும் குழப்பங்களை சொல்ல வார்த்தையில்லை சில நேரம் மனம் அசைவின்றி நின்றுவிடும். என்ன செய்வது? அந்த இறைவனாவது ஏதாவது ஒரு வழியை காட்டுவானா என்று என்னும் நிலைவரும்.

அந்த குழப்பத்திற்காக...

ஏன் இறைவன் எந்த திசையும் நமக்கு காட்டவில்லை என்று பார்த்தல் அவனே இந்த மனிதர்களை படைத்துவிட்டு பல குழப்பத்தில் இருக்கிறான் போல...

திசைகள் நான்கு கண்டாலும்

நகராமல் இங்கே நிற்கிறேன்.

பலநூறு எண்ணங்கள் சூழ்ந்தால்

இன்று என்பதை மறக்கிறேன்.

இறைவனால் அமைந்த உலகில்

அவனையே தேடி அலைகிறேன்.

அத்தியாயம் - 2
மனிதனும் மனிதமும்

இந்த உலகம் மனிதனால் நிறைந்துள்ளது என்பது அனைவரும் அறிவோம். அந்த மனிதன் எதனால் நிறைந்துள்ளான் என்று பார்த்தல் பகை, வன்மம், சாதி, மதம், பேராசை, மற்றும் பொறாமையென அழிவின் மூலப்பொருட்களால் நிறைந்துள்ளான். அந்த நிறைந்த மனிதர்களுக்காக,

அவர்களை தாங்கும் இந்த உலகிற்காக...

இவ்வாறு தொடர்ந்தால் உலகின் கதி என்னாகும் என்று யோசித்துக்கொண்டிருக்கும்போதே மனிதன் செவ்வாயை தயாராக்க தொடங்கிவிட்டான்.

நகை மறைத்த இதழ்

பகை நிறைந்த உள்ளம்

சினம் கலந்த கண்கள்

ஒற்றுமைக்கு சிதைத்த சாதி

செல்வம் மறைத்த கைகள்

இன்மை இழைத்த மதி

இவை மூடிய மனிதன்

அவனால் மூடிய வையம்

அழிவு!

இந்த உலகில் ஒவ்வொரு நொடியும் ஏதோ ஓர் மாற்றம் இயற்கையில் நடக்கிறது. அது சிறு வானிலையிலிருந்து பேரிடர்வரை உலகின் ஒவ்வொரு மூலையிலும் ஏதோ ஓர் மாற்றம் நிகழ்கிறது. இவ்வாறு நொடிக்கு நொடி மாறும் புவியில் வாழும் மனிதர்கள் மட்டும் ஏன் பல பிற்போக்கு சிந்தனைகளிலிருந்தும், தீய எண்ணங்களிலிருந்தும் பிறர் கருத்தை கேட்பதிலிருந்தும் மாறாமல் இருக்கிறார்கள்?

அந்த மனிதர்களுக்காக...

மாற்றத்தை பற்றிய கூற்றுகளை சமூக ஊடகங்களில் பகிர்வதுடனே நின்றுவிடுகிறது இக்காலத்து மாற்றம்.

நொடி மாறும் புவியில் நிலை மாறா

நாம் - மனிதர்!

என்ன தான் கருமேகம், தன்னுள் பொழிய காத்திருக்கும் மழைத்துளிகளை சுமந்தாலும் அதன் இயற்கையான நகர்தலை விடாது, நிலைமாறாது. ஆனால் சிறு இடர் வந்தாலே செய்த நன்மைகளையும் உதவிகளையும் அவர்களது குணத்தையும் மறந்து மாறிவிடுகிறார்கள் மனிதர்.

அந்த மாறும் மனங்களுக்காக...

மறதி ஓர் தேசிய வியாதி என்று ஓர் படத்தில் பார்த்த ஞாபகம், ஆனால் அது மனித வியாதி என்று இங்கு வாழும்போது தான் புரிகிறது.

எத்தனை கனமாக இருப்பினும்

வான்மேகம் நகராமல் நிற்காது

கலையாமல் போகாது.

எத்தகை நன்றி நாம் செய்தினும், மனிதர்

மனம் மாறாமல் இருக்காது,

மறக்காமல் நிலைக்காது.

நம்மை சுற்றி எண்ணிலடங்கா ஏற்ற தாழ்வுகள்,
பிரிவினைகள், முரண்கள், போர்கள் என இருந்தாலும்,
இருண்ட வானில் உதிக்கும் கதிர்போல் ஓர் ஒளியாய்,
என்றும் மாறாமல் நிற்கிறது மனிதம்.

அந்த மனிதத்திற்க்காக...

இந்த 'மனிதம்' என்ற வார்த்தையே சிலர் இப்போது
ஹிப்ஹாப் தமிழா பாட்டின் மூலமாகத்தான் தெரிந்து
கொண்டனர். அப்படியாவது தெரிந்து கொண்டவரை
மகிழ்ச்சி...

வெண் பலகையில் படர்ந்த

நிறங்களாய்

காக்கை கூட்டில் சிறு

குயிலாய்

நீல வானில் சிவந்த

மேகமாய்

வறண்ட பாலையில் செழித்த

மரமாய்

இடம் மாறினும் மாறா

அழகாய் - மனிதம்!

மனிதன் தன் தேவைக்காக உழைத்தது போக இன்று தனது ஆசைகளுக்காக உழைக்கிறான். ஆசைகள் கூடகூட செய்வதறியாமல் நின்று பின் அதுவே வாழ்க்கையென ஏற்கிறான். ஆனால் தேவைகளே ஆசையாக கொண்டவர்கள் வாழ்வின் எளிமையை உணர்கிறார்கள், அதன் அழகை அறிகிறார்கள்.

அந்த ஆசைக்களுக்காக...

ஐ-போன் வாங்குவதே இப்போது தேவையாக மாறிவிட்டது. வெறும் தொண்ணூற்று ஒன்பதாயிரத்து தொள்ளாயிரத்து தொண்ணூற்று ஒன்பது மட்டுமே!

தேவைக்கும் ஆசைக்கும் ஓடும் மனிதன்

மதில் மேல் பூனையாய் நிற்கிறான்

தேவையே ஆசையாய் ஏற்கும் மனிதன்

வாழ்வின் எளிமையை உணர்கிறான்.

இந்த புவியில் வாழும் மற்ற உயிர்களை விட மனிதன் அறிவால் பரிமாணம் அடைந்த உயிரினம். ஆனால் ஒரு விதத்தில் மற்ற உயிரினங்கள் அதிர்ஷ்டசாலிகள். உணர்வுகளிலிருந்து தப்பித்து விட்டது.

மனிதர்கள் தாங்கள் நேசிப்பவர்கள் செய்யும் தவறுகளை சுட்டிக்காட்ட தயங்குவார்கள், நம்மை விட்டு விலகிவிடுவார்களோ என்று அஞ்சுவார்கள். அதை மறைத்தால், போலியாக உள்ளோம் என்று எண்ணிவிடுவார்களோ என்று அஞ்சுவார்கள். அனைத்தையும் விட்டு மௌனமாய் போனால் மனமோ அதை ஏற்காது. இத்தனை உணர்வுகளால் நிறைந்த,

இந்த பாவப்பட்ட உயிரனத்திற்காக...

இவ்வளவு உணர்வுகளை கொண்ட மனிதன் தான் மற்றொரு மனிதனின் உணர்வுகளை காயப்படுத்துகிறான்.

தவறென்று விரல் நீட்டினால்...

ஆருயிரும் விலகிச் செல்லும்

சரியென மெய் மறைத்தால்...

போலியென்று பெயர் சூடும்

மௌனம்தேடி நீ விரைந்தால்...

வலிதாங்கா மனமோ ஏங்கும்.

அத்தியாயம் - 3
வாழ்வு

உலகம் தோன்றிய காலத்திலிருந்து இன்றுவரை மனிதனால் முழுவதுமாக அறிய முடியாத புதிர்களில் ஒன்று வாழ்வின் அர்த்தங்கள். அந்த வாழ்வை சிலர் வெற்றிகளை நோக்கிய பயணம் என நினைக்கிறார்கள். ஆனால் அது வெற்றிகளை தாண்டியும் நீளும் பயணம் என்பதை மறக்கிறார்கள்.

அந்த பயணத்திற்காக...

பயணத்தின் முடிவில்தான் பலரும் இந்த வாழ்வின் அர்த்தங்களை உணர்கிறார்கள். கவுண்டமணி வசனம் தான் நினைவுக்கு வருகிறது, "இதுக்கு மேல நீ வயசுக்கு வந்தா என்ன வராட்டி என்ன?"

தட்டியதும் திறக்கும் கதவல்ல

வெற்றி கிட்டினாலும்

தொடர்வதே 'வாழ்வு'

நம் வாழ்வில் எந்த ஓர் மனதிற்கு ஏற்ற செயலை செய்தாலும் இந்த சமூகம் குறைகூறாமல் இருப்பதில்லை, ஆனால் அந்த குறைகள் எல்லாம் அடுத்த சில நொடிகளிளே மறைந்துவிடும் அந்த கரையோர காலடிகள் போல!

அந்த சமூகத்திற்காக...

குறைகள் மறைந்துவிடுகிறது என்று பார்த்தால், அவை மறைவதில்லை அடுத்த குறைக்கு தாவிவிடுகிறது என்பது புரிகிறது.

குறை கூறும் சமூகம் கரையோர

காலடிகள்...

ஓர் நொடியில் மறையும் அலை

வந்ததும்.

இந்த உலகில் வேற்றுமைகளுக்குப் பஞ்சமே இல்லை! நிறம், நிலம், குணம், பருவம், பார்வையென பல வகைகளில் மனிதர்கள் வேற்றுமையுடன் வாழ்ந்தாலும்...

அனைவருக்கும் தேடல் என்பது ஒன்றே! வாழ்வின் பயனை அடைவது!

அந்த தேடலுக்காக...

இந்த வேற்றுமையை கொண்டாடிக்கொண்டே தங்களது தேடலை மறந்துவிடுகிறார்கள். பின் அந்த வேற்றுமையே வாழ்க்கையென ஏற்கிறார்கள். எதற்கு வந்தோம் என்பதையே மறந்துட்டோமே!

நிலம் வேறு, நிறம் வேறு...

பண்பு வேறு, பருவம் வேறு...

புவி காணும் பார்வை வேறு...

ஆயினும் தேடல் ஒன்றே!

வாழ்க்கை!

தேடல் மட்டுமா வாழ்க்கை? இந்த கேள்வி பலரும் யோசித்திருப்போம். நாம் ஒன்றை தேடுவோம் அது கையில் அகப்படாமல் நழுவிக்கொண்டே இருக்கும். பின் நெருங்கும் நேரத்தில் வேறொன்று வந்து அதை மறைத்துவிடும். இது ஓர் தொடர்கதையாகவே நிகழும். இதில் நடக்கும் இயற்கையை அறிவதே வாழ்வு.

அந்த இயற்கைக்காக...

ஒருவேளை அந்த இயற்கையும் தனது தேடலில் உள்ளது போல...மனிதர்கள் போல நிலையில்லாமல் இருக்கிறதே...

நிழல் தேடி அலைகிறோம் ஒளி வருமுன்...

நிழல் முந்தி ஓடுமே ஒளி வந்தபின்...

கைப்பற்ற விரைந்தால் மறையுமே...

ஒளியோ வந்து நிறையுமே...

இந்த இயலை நாம் உணர்ந்தால்...

வாழ்வின் அர்த்தங்கள் புரியுமே...

அத்தியாயம் - 4
உந்துதல்!

கனவுகள் பல சுமந்து காயம், காலம், வலியென எல்லாவற்றையும் கடந்து நாம் வெறும் சிறு வெறுமைக்காக நின்றுவிடுகிறோம். இத்தனை தாங்கிய உடல் ஏன் இந்த வெறுமையை கடக்க இயலவில்லை?

அந்த வெறுமைக்காக...

ஏன் கடக்க இயலவில்லை என்று சிந்தித்தால்... மற்றவை எல்லாம் உடல்வலிமையால் கடந்துவிடலாம், ஆனால் இந்த வெறுமையை மனவலிமையால் மட்டுமே கடக்க இயலும். இன்றைய நிலையில் மனவலிமை தட்டுப்பாடுதான்.

தீரா கனவுகள் மனதில் ஏற்று வா ராசா...

அதன் கணங்கள் தந்த காயம் ஏற்று வா ராசா...

காயம் தரும் வலிகள் ஏற்று போ ராசா...

காலம் நீட்டும் ஜயம் ஏற்று போ ராசா...

இத்தனை ஏற்று வந்த பாதை ஏன் ராசா?

சிறு வெறுமை மறுத்து மாறுவதா ஏன் ராசா?

இன்று நம்மை சுற்றி அனைவரும் கடுமையாக உழைக்கிறார்கள், தங்கள் ஆசைகளை மறந்து, கனவுகளை ஒதுக்கி ஓடுகிறார்கள். ஆனால் பலர் தான் எதற்கு ஓடுகிறோம் என்பதறியாமலே ஓடுகிறார்கள், நோக்கமின்றி தேடுகிறார்கள். இதில் தன்னையே மறந்து ஓர் இயந்திர வாழ்வில் தொடர்கிறார்கள்.

அந்த நோக்கமற்ற உழைப்பாளிகளுக்காக...

தான் என்ன வேலை செய்யவேண்டும் என்பதை உணர்வதிற்குள்ளேயே பொறுப்புகளாலும் சமூகத்தின் அழுத்தங்களாலும் நிரம்பப்படும்போது நோக்கத்தை தேடுவது கடினம்தான்.

விழிகள் மூடி ஓடினால் எத்தூரமும்

இருள் தான்

நோக்கம் இன்றி தேடினால் கோப்பையும்

கடல் தான்

உண்மை மறைத்து பழகினால் காதலும்

காயம் தான்

நன்மை விதைக்க உதவினால் புவியும்

சொர்க்கம் தான்.

முதல் முயற்சியிலேயே வெற்றி வரவேண்டும் என்பதே இங்கு பலரின் ஆசை. ஆனால் அவை எல்லாநேரங்களிலும் அமைவதில்லை. வெற்றிக்கு ஆசைப்படும் மனங்கள் சிறு தோல்விக்கு துவர்ந்துவிடுகிறது. பின் தனக்குள் கேள்விகள் கேட்காமல் முயற்ச்சிப்பதை கைவிடுகிறது. நின்றுகொண்டே தூரம் என்று கூறிக்கொண்டு அருகே செல்ல தயங்குகிறது.

இவ்வாறு நிலையில்லாமல் மனமோ இருக்க மற்ற காரணங்களை பழிசூட்ட தேடுகிறது.

அந்த நிலையில்லா மனதிற்காக...

இன்று உணவிலிருந்து உடைவரை இன்ஸ்டண்டாக வரவேண்டும் என்று பழகி, வாழ்வில் வெற்றிகளும் அவ்வாறு எதிர்பார்க்கிறோம். ஆனால் அதற்கு இன்ஸ்டண்ட் டெலிவரி வசதி இல்லை...

ஆசைகள் ஆயிரம் தடைகள் பல்லாயிரம்

ஆயினும் மாறாதே மனம்விடாதே

சோராதே விடையின்றி செல்லாதே

இருளில் கரும்புள்ளியாய் வாழாதே

உடல் சோரலாம் இன்று

மெய் அறிவது என்று?

கேள் பலவினா நீயும்

கூறும் பதிலை காலம்

தோல்வியில் புன்னகை இதழில்

வெற்றியில் புன்னகை இமைகளில்

சிறுபுள்ளியே தீயும் தொலைவில்

நெருங்கிசெல் உணர்வாய் அனலை

இருள் சூழ்வது தீதல்ல

கருமேகமும் மழை பொழியதான்

தவறாய் நடப்பது நிகழ்வல்ல

நிலையல்லா உன் மனமே!

எதுவரை ஒரு மனிதன் முயற்சிக்கலாம் என்று கேட்டால் பல மாமனிதர்கள் கூறிய ஒரே பதில்; நம் கனவை நெருங்கும் வரை!

போதும் என்று தோன்றினாலே நாம் முயற்சிப்பதை விட்டுவிடுவோம். உன்னை உறங்கவிடாமல் வைப்பதே கனவு என்று அப்துல் கலாம் சொன்னது போல், உன் கனவை நெருங்கும் வரை முயற்சியை விடாமல் தொடர்வதே அதற்கான எல்லை!

அந்த விடா முயற்சிக்காக...

வீடியோ கேமில் மூன்று லைப் இருப்பது போல் இன்று பலர் மூன்று முறை முயற்சிப்போம் பின் வேறு வேலையை பார்க்க போய்விடலாம் என முயற்சிக்கு மூன்று என்பதே எல்லையாக வைத்திருக்கிறார்கள்.

ஓடும்வரை ஓடு ஓய்வின்றி

உன் தடைகள் தகரும் வரை

அடிக்கும்வரை ஆடி சிற்பனாய்

வெற்பாறை சிலையாகும் வரை

விடியும் வரை தோன்று சந்திரனாய்

இருள் நீக்கு காலை வரை

வாழும் வரை வாழு மெய்யனாய்

உனை பெற்றோர் பெருமிக்கும் வரை

விதைக்கும் வரை விதை உழவனாய்

வெற்றிடம் கான் ஆகும்வரை

ஓடும்வரை ஓடு ஓய்வின்றி ஆசையடையும்வரை

உன் கனா சுடும்வரை!

அத்தியாயம் - 5
சமூகம்

தமிழ்நாட்டின் தலைநகரத்தில் வசிப்பவர்களுக்கு இந்த கவிதை நன்கு புரியும்.

ஆண்டின் இறுதி வந்தாலே எங்கு செல்வது என்று பயத்துடனே கடக்கும் நாட்கள் அது.

ஒருபக்கம் தண்ணீரில் மிதக்கும் வீடுகளும் உண்டு மறுபக்கம் மழையை ரசிக்கும் வீடுகளும் உண்டு.

அந்த பெயரிடப்படாத புயலுக்காக...

ஒவ்வொரு ஆண்டும் புயலின் பெயர் மாறுகிறதே தவிர ஊரின் நிலை மாறியபாடில்லை!

வானுயர் சுவர்களோ கால் நனைக்க

கண்ணெதிர் சுவர்களோ உடல் மூழ்க

தரையென நினைத்து கால் வைத்தால்

தலை வரை முங்கிய மேற்கூரை

உறங்கி எழுந்த ஓர் கூட்டம்

மிதக்கும் குடில் பின் ஓட

இவை காணா மறு கூட்டம்

நிலை பதிய திறன்பேசி தேடும்!

கடந்த ஆண்டுகளில் பல பிரபலங்கள் இறந்தார்கள். அந்த நேரங்களில் அந்த திரை பிரபலங்களுக்கு அளிக்கப்படும் மரியாதை, கண்ணீர், அனுதாபம் என அனைத்தும் பார்த்து ஒரே ஓர் கேள்விதான் எழுந்தது, அதே நேரத்தில் போரின் பெயரில் பல உயிர்கள், பல நாடுகளில் நொடிக்கு நொடி இழந்துகொண்டிருந்தன அவையெல்லாம் உயிரில்லையா?

அந்த உயிர்களுக்காக...

அந்த உயிர்களுக்கும் அனுதாபமும் கண்ணீரும் ஆதரவும் தெரிவித்தோர்க்கு தலைவணங்குகிறேன். (ஸ்டோரி, ஸ்டேட்டஸ் வைத்தவர்களை குறிப்பிடவில்லை)

திரைநாடி ஓடும் கூட்டம் பிற

உயிர் நாடி ஓடாதா?

இன்று பிரிவினைகளுக்கு பஞ்சமேயில்லை, பல கோட்பாடுகள் வகைகள் வைத்து மனிதர்கள் தங்களுக்குள் பிரிவினையை விதைக்கிறார்கள். ஆனால் என்ன தான் வாழும்போது இவையெல்லாம் இருந்தாலும் அனைவரும் முடிவில் ஓர் சொல்லில் அடங்கிவிடுகிறார்கள்.

அந்த சொல்லுக்காக...

இப்போதெல்லாம் புதைப்பதற்கு கூட திட்டங்கள் வந்துவிட்டது. விலை உயர்ந்த திட்டம், மலிவான திட்டம் என்று அங்கேயும் ஆரமித்துவிட்டார்கள்.

பிறப்பால் பிரிவினை என்றாலும் இணைவோம்

ஒன்றாய் ஓர்பெயரில் "பிணம்"

நம்மில் பலர் காலத்தை பின்னோக்கியோ அல்லது முன்னோக்கியோ மாற்றி பார்த்தால் எவ்வாறு இருக்கும் என்ற கற்பனையை கொண்டிருப்போம். அப்படி செய்யும் போது என்ன நடக்கும் என்னவெல்லாம் மாறும் என்ற கேள்விகளும் எழுந்திருக்கும்.

அந்த ஐய்யங்களுக்காக...

சாத்தியப்படாத நிகழ்வுகளுக்கு, கேள்விகளும் ஐய்யங்களும் வைத்து யோசிப்பதே நிகழ்காலத்தை வீணடிக்க மற்றோரு வழியாகும்...

நில்லாமல் ஓடும் காலம் நிறுத்தினால்

புவியும் இளைப்பாறுமா?

வருங்காலம் தேடி முன் சென்றால்

வேற்றுமை மறையுமா?

இறக்காலம் தேடி பின் சென்றால்

போர்களால் இறப்பமோ?

நிகழ்காலம் தேடி நின்று பார்த்தால்

காலம் முன்னே நகைக்குமோ?

கொரோனா காலத்தில் உலகமே நாற்சுவற்றில் அடங்கியபோது, தன் உயிரை பாராமல் பிற உயிர்களுக்காக பணி செய்த பலரை சில அறிவில்லா மனிதர்கள் கல்லால் அடித்தும், துரத்தியும் அட்டூழியங்கள் செய்தார்கள். இறந்த சக உயிரை புதைக்கக்கூட விடாமல் செய்த கொடுமைகள் இங்கு நேர்ந்தன. இவையெல்லாம் தாண்டியும் மற்ற உயிர்களுக்காக போராடினார் பலர்.

அந்த வீரர்களுக்காக...

நோயை குணப்படுத்தும் மருத்துவரையும், நாம் பிணமானதும் நம்மை பொறுப்புடன் இந்த மண்ணில் சேர்க்கும் பணியாளரையும் கல்லால் அடித்த பெருமை நமக்கு தான் உண்டு!

நாற்சுவற்றில் அடையும்போதே சகமனிதரை

சிந்தை அறியுதே!

உயிர்நட்பு என்றோரெல்லாம் இன்று

முகநட்பாய் விளங்குதே!

உயிர்காக்கும் மாந்தரை கல்

வீசி துரத்துதே!

ஆறடிக்குழியில் இச்சுயநல பூமி

மனிதம் மறந்ததே!

பல உயிர் போயினும் இக்கூட்டம்

நிலை மாறாதோ?

மதியின்றி மந்தையாய் நிற்பின்

அடுத்தது நீதானோ?

"எனக்கு மட்டும் ஏன் இந்த சோகம்?" இதை பலரும் இறைவனிடம் கேட்டிருப்போம். மனிதர்களிடம் உண்மையே இல்லாமல் நட்பு, காதல் என்று உணர்வுகள் வெறும் சொற்களாக மாறும்போதும், திறமையை தாண்டி தகுதி ஒன்று கேட்கும்போதும், தனிமையே விடையென ஆகும்போதும் இந்த கேள்வியை இறைவனிடம் நாம் அனைவரும் கேட்டிருப்போம்.

அந்த இறைவனிடம்...

இறைவனும் மனிதர்களிடம் இருந்து விலகி இருக்க வேண்டும் என்றுதான் மேலே சென்றுவிட்டானோ?

களிப்பில் காவிய நட்பு துயரில் காணாதோ?

சொல்லில் உயிர்க்காதல் மெய்யில் புரியாதோ?

தேர்வறையில் கல்வி வகுப்பறை வீண்தானோ?

தனிமை தோழனென்றால் இறத்தல் மேல்தானோ?

ஆசை படவெனின் தகுதி ஏன்தானோ?

என்சோகம் தருவதில் இறைக்கு நகைதானோ?

விளக்கம் தேவையில்லை...

வாக்களிக்கும் முன் நினைவுகூரவும்...

உணவை வாங்கி உழவனை அழித்தாய்

உணர்வை கொன்று உரிமையை பறித்தாய்

செல்வம் சேர்க்க நிலத்தை அழித்தாய்

மானம் விட்டு காற்றை சிதைத்தாய்

பதவி காக்க கனிமம் விற்றாய்

காவல் ஏவி மக்களை கொன்றாய்

எதை வாங்க இன்னும் உள்ளாய்?

வீழப்படுவதால் நாங்கள் கோழை அல்ல!

ஏவப்படுவதால் அவன் தீமை அல்ல

நீர் "ஆடும் நாடகமே" இங்கு பிழை!

நாம் அன்றாட வாழ்வில் மூன்று வேளை தினமும் உணவு உண்கிறோம் ஆனால் அந்த உணவின் பின் இருக்கும் உழைப்பு, கண்ணீர் பற்றி அறிவதில்லை. தங்கள் வாழ்வாதாரத்திற்காக தினமும் இந்த பூமியிடமும் அரசிடமும் போராடிக்கொண்டிருக்கும் உழவர்கள் பற்றி அறிவதில்லை.

அந்த உழவர்களுக்காக...

உழவர்களுக்காக திட்டங்களைவிட திரைப்படங்கள் அதிகம் வந்துவிட்டது.

சேற்றில் நனையும் கால்கள் அங்கே

சோற்றில் நனையும் கரங்கள் இங்கே

கண்ணீர் வழியும் கண்கள் அங்கே

கண்டும் காணா கண்கள் இங்கே

உழவை காக்கும் உயிர்கள் அங்கே

அவ்வுணர்வை புரியா உயிர்கள் இங்கே

அத்தியாயம் - 6
நானும் காதலும்

ஒருதலைகாதலர்கள் அனைவரும் இந்த உணர்வை கடக்காமல் வருவதில்லை. நாம் நேசிக்கும் ஒருவரின் புன்னகைக்கும், பார்வைக்கும் ஏங்கி நிற்கும் அந்த காலங்கள், கருமேகத்திலிருந்து மழை பொழியாதோ என்று வானத்தை பார்ப்பது போல் இருக்கும்!

அந்த ஒருதலைகாதலுக்காக...

சில நேரங்களில் மழை அடித்து தீர்த்துவிடும், சில நேரங்களில் கடந்து போய்விடும். வானிலையை கணிக்க இயலாது...

இருள் சூழ்ந்த வானத்தில் எட்டிப்பார்த்த கதிரவனாய்

இருள் நீங்கி ஒளிவீசும், நொடியில்.

துயர் நிறைந்த என் வாழ்வில் உன் இதழார

புன்னகையால் துயர் நீங்கி குளிர்வீசும், நொடியில்.

கருமுகில் சூழ மழைப் பொழியும்முன்

மண்வாசம் வீசும் காற்றோடு, அதுபோல

உன்சுவாசம் என்னை தொடர, பொழியாதோ

மழையும் என் காட்டில்...

கடிதங்களில் காதல் வளர்ந்தது போக இன்று கைப்பேசியில் வளர்கிறது. காதல் மொழியோ இன்று மின் மொழியாக மாற, பாதி காதல் கைப்பேசியுடனே நடக்கிறது.

அதில் வரும் அந்த ஓர் ஒலிக்காக மனங்கள் காத்திருக்கிறது...

அந்த காத்திருத்தலுக்காக...

பல மணிநேரம் காத்திருந்தும் எந்த செய்தியும் வரவில்லை என்று பார்த்தால், அப்போது தான் புரிகிறது பேலன்ஸ் இல்லை என்று.

காதலுக்கு ரீசார்ஜ் அவசியம் போல...

மின்மொழி ஆயினும் உன்

மொழியால் நாட்கள் நகரும்

அம்மொழி இல்லா ஓர்தினமோ

பல திங்களாய் மாறும் என் மனதில்

ஏங்குமே சிறு ஒலியும் ஒளிக்காக!

உலகமே என்கரத்தில் இருப்பினும்

அதில் உனைக்காணவே திறக்கிறேன்

விரைந்து வா கண்மணியே!

காதல், அன்பு என்று வந்தால் நமது அறிவு உறங்கிவிடுகிறது. எதிர் இருப்பவர்கள் நம்மை அன்புடன் தான் நடத்துகிறார்கள் என்று நமக்கு நாமலே ஓர் கற்பனையுடன் வாழ்வோம். இது இரவில் நிலவு நம்மை தொடர்கிறது என்று எண்ணுவது போல! நிலவு எங்கேயும் தொடரவில்லை நம் மனம் தான் ஏமாறுகிறது.

அந்த ஏமாறும் மனத்திற்காக...

சில நேரங்களில் ஏமாறுவது தெரிந்துமே நம் மனம் அதற்கு பழகிவிடும். இதற்கு இன்னொரு பெயரும் உண்டு,

வெட்கம் மானம் இல்லாத மனம் என்று...

மதியின்றி சென்றால் மதி பின்

நகையுடன் கூறும் நான் பாவையடா!

உன்பின்வரின் நானல்ல நினைப்பது நீயே!

அன்பை எதிர்பார்த்தால் நீயும்

கதிர்முன் குறைக்கும் நாயே!

துன்பம் உள்வரின் உறவும்

செல்லும் தனியே!

ஒருவனுக்கு அன்பான காதலியும், தோள் சாய்க்க தோழனும் அமைவது வரம். பலருக்கு இவை ஒருசேர அமைவதில்லை. அவ்வாறு இரண்டும் ஒருவனுக்கு அமைந்தால்?

அந்த அழகிய கற்பனைக்காக...

நிஜ வாழ்க்கையில் ஒன்றிருந்தால் மற்றோன்று இருப்பது கடினம். திருமணம் ஆனவர்களுக்கு புரியும்.

கதிரவனோ மறையும் நேரம்...

என்னவளோ எனது அருகில்,

தலைசாய்ந்து என் மடியில்.

என்தோழன் மறுபக்கம் எனை

தாங்க அவன் தோளில்.

இவ்வணி கொண்ட புவி சொர்க்கம்

கண்டு மறையா கதிரவன்

சினத்தோடு காத்திருக்கும் சந்திரன்.

காதலில் வரும் சிறு சிறு சண்டைகளும் பின் அந்த சண்டையை மறக்க நடக்கும் சமாதானங்களும் ஓர் அழகிய கவிதைதான்.

அவ்வாறும் வரும் சண்டைகளின் போது காதலனோ காதலியோ மனம் இறங்கி போவது ஓர் அழகு.

அந்த அழகிய கவிதைக்காக...

இன்று இந்த கவிதையை பார்ப்பது அரிதுதான். சண்டை வந்தாலே இன்ஸ்டாகிராமில் ஸ்டோரி வரும் பின் பிரேக்கப் பாடல் வரும்.

அடைமழை பொழிந்தபின் மரக்கிளை

இடையே வீசும் கதிர் ஒளி அழகு!

சினம் கொண்டு இதழ் சுளிக்கும் உன்னில்

பின்வரும் இதழோர புன்னகை அழகு!

குளிர் காற்று முகத்தில் வீச

இமைமூடி உன்முகம் வரைதல் அழகு!

ஆசைகள் யாவையும் நீ மௌனமாய்காக்க

அதை கதையாய் கூறும் உன் விழிகள் அழகு!

இக்கவி பார்த்தும் மசியா கர்வமும்

அதை உடைக்கும் உன்காதலும் அழகு!

காதலில் பல தடைகள் வருவது நாம் அனைவரும் அறிவதே. அதில் இன்று புதியதாய் பலருக்கு வருவது இந்த தொலைதூர காதல் (long distance relationship). வேலைக்காகவும் படிப்புக்காகவும் வெவ்வேறு ஊருக்கு சென்று காதலை பிரிந்து வாழ்வது என்பது பெரும் வலிதான். பல நாட்கள் கடந்து காதலனை பார்க்கும் அந்த நேரம் நெருங்கும் போது வரும் ஏக்கத்தை கூற வார்த்தைகள் இல்லை.

அந்த ஏக்கத்திற்காக...

நேரம் நெருங்கும்போது நிமிடங்கள் நகராமல் நிற்பது போல் தோன்றும். நன்றாக கவனித்தால் கடிகாரம் பேட்டரி இல்லாமல் இருக்கும்.

ஏக்கம் அவளைத் தொட்டது

கண்கள் கண்ணீர் மொழியில் சொன்னது...

நாட்கள் எல்லாம் எண்ணியே,

படித்த எங்கள் அடுத்து மறந்தது...

சேரும் தினம் வருகையில்,

அந்த நிலவும் நகராமல்

நின்றது.

காதல் காலங்களில் தன் காதலை சந்திப்பதற்காக அழைக்கும்போது வரும் கவிதைகளுக்கு எல்லையே இல்லை. அதில் வரும் கற்பனைக்கும் முடிவே இல்லை!

அந்த கற்பனைக்காக...

உவமைகளால் வர்ணித்து வந்த கவிதை பின் ஊமையாக மாறிவிடும் பலருக்கும்.

யாரடி நீ என் தேன்மழையே

யாரடி நீ என் இமை அழகே

தினம் எழும் சூரியனும் உன்

விழி அசைவில் ஒளிவீசுமே

அந்த பிறைமதியும் உன் இதழ்

சிரிப்பில் இருள் நீக்குமே

வா கனவே...வா கவியே...

என்காதலே!

காதலில் தோல்வியடைந்த பின் நம் சிந்தையும் மனமும் நம் கட்டுப்பாட்டை இழந்துவிடும். சிந்தைக்கு அவள் இனி நம் வாழ்வில் இல்லை என்பது அறிந்து, கடந்து செல்ல முயன்றாலும், நம் மனமோ தான் வருந்துவது மட்டுமில்லாமல் சிந்தையும் சேர்த்து அந்த வலியில் உள்ளடக்கும். இது என்ன நியாயம்?

அந்த நியாயத்திற்காக...

உங்கள் மனம் சொல்வதை கேளுங்கள் நல்லதே நடக்கும் என்று சொல்வார்கள் ஆனால் இந்த சமயத்தில் மனதை அடித்து ஒரு ஓரமாக உட்கார வைப்பதே நல்லது!

நீ எட்டா மதியென அறிந்தும்

சிந்தையின் சொல்லை ஏற்கா மனம்

எண்ணில்லா படிகள் தேடி ஓடும்.

பின் மெய்கள் உணர்ந்த மனமோ

தன்னையும் சிந்தையையும் சேர்த்து

வருத்தும்...கொல்லும்...

இது என்ன நியாயம்?

அத்தியாயம் - 7
ரசிகர்களுக்காக

ரசிகர்கள் இருக்கும் அளவிற்கு நீ பெரிய ஆளா? என்று உங்களுக்குள் கேள்வி எழுந்திருக்கலாம். நாம் செய்யும் சிறு வேலையை பாராட்டும் அனைவருமே ரசிகர்கள் தானே? அவ்வாறு நான் எழுதிய சிறு கவிதைகளை ரசித்த பல நண்பர்களில் ஒருவர் தன் அண்ணனுக்காக எழுத சொன்னது இந்த கவிதை.

அந்த அண்ணனை நேசிக்கும் ரசிகருக்காக...

அந்த அண்ணன் இந்த கவிதைப் பார்த்து என்ன சொன்னார் என்று தெரியவில்லை ஆனால் இதில் ஒரு பக்க கதைதான் இருக்கிறது மறு பக்கம் அடி உதை தான்.

கண்ணீர் துடைக்க மாச்சில் தந்தாய்

கரைகள் கடக்க படகாய் நின்றாய்

மழலை சண்டையில் என்னிடம் தோற்றாய்

கற்பனை கதைகள் நகையுடன் ஏற்றாய்

வழிமாறா வாழ சினங்கள் கொண்டாய்

எந்நாளும் நிலைமாற அன்பனே, தமையனே,

என் முன்பிறந்த தகப்பனே!

அனைவருக்கும் தனெக்கென ரசனைகள் பல உண்டு ஆனால் சிலரது ரசனைகள் நம்மை ஆச்சரியப்படுத்தும். அப்படி என்னிடம் வந்தது இந்த தலைப்பு 'அரக்கனின் காதல்'. ஓர் ரசனைக்கு ரசிகனாக மாறிய தருணம் அது.

அந்த ரசனைக்காக...

அரக்கனின் காதல் என்று எழுத தொடங்கி ஆத்திச்சூடி போல் எழுதிவிட்டேன் கவனித்தீரா?

அரக்கனும் கவிஞனாய் மாறி பாட

ஆலமரத்தில் பூக்கள் துளிறும்

இலைகளோ காதல் சின்னமாய் மாற

ஈட்டியும் காற்றில் கரையும்

உணர்வில்லா கல்லும் கண்ணீர் சிந்த

ஊமையும் காதல் பேசும்

எல்லையில்லா உணர்வை மனம் தேட

ஏக்கங்கள் விழிகளில் தங்கும்

ஐய்யங்கள் மதியில் சண்டை போட

ஒளியாய் தனிமை விளக்கும்

ஓவியனும் நிறங்களை மறந்துபோக

ஔசித்தியம் பாரா தோன்றும் காதல்!

நண்பர்கள் தினம் வந்தாலே எங்கு பார்த்தாலும் முஸ்தபா முஸ்தபா தான் ஒலிக்கும். அன்று, பல தலைப்புகளில் கவிதை எழுதுகிறாயே...நண்பர்களுக்காக ஏதாவது எழுதலாமே! என்று என் நண்பன் ஒருவன் கேட்டான்.

கேட்டு வாங்கிய அந்த நண்பனுக்காக...

கவிதை எழுதிய பின் அந்த நண்பனுக்கு வாட்ஸ் அப்பில் அதை அனுப்பினேன். "Forward" மெஸேஜ் என்று நினைத்து "same to you" என்று பதில் அனுப்பினான். அந்த மெஸேஜும் "Forward Message" தான்.

அன்பிழைத்தாள் தாயோ தன் இணைப்பால்

சுமந்தார் தந்தை தன் பிணைப்பால்

வந்தார் உறவினர் தன் உறவால்

சேர்ந்தார் சுற்றார் தன் இடத்தால்

நண்பனே! வந்தாய் உறவின்றி இடமின்றி

இணைப்பின்றி பிணைப்பின்றி உன்னை

பிரிந்தாலும் நண்- பண்பாய் விதிப்பாயே

அந்த தேவனுக்கும் கிடைக்காத வரம் நீயே!

ஒரு ஆணாக பெண்ணை மனதில் வைத்து காதல் கவிதை எழுதுவது எளிதானதுதான் ஆனால் ஒரு ஆணுக்கு எழுதினால்?...ஒரு நாள் கல்லூரி தோழி ஒருவர் என்னிடம் ஓர் கவிதை வேண்டும் அதுவும் ஒரு பெண் ஆணிடம் தன் காதலை கூறுவது போல வேண்டும் என்றாள். மறுக்க இயலவில்லை...காதல் அல்லவா?

அந்த காதலுக்காக...

அந்த காதல் மலர்ந்ததா?...என்று கேட்டால், சில மாதங்களுக்கு முன்புதான் அந்த தோழிக்கு அவரது உறவினரின் மகனுடன் திருமணம் ஆனது. சுபம்!

உன் விழித்திரையில் நான் கரைவேன்

என் வாழ்வின் உயிரெழுத்தே!

உன்பின் ஓடி நான் இளைத்தேன்

என் பெண்மையின் மெய்யனே!

உன் விரல்பிடித்தால் காலமோ ஓடும்

கனவு காண வரமொன்று வேண்டும்!

கர்வமின்றி எனை உயர்த்தும் ஆண்மையே

இனி நீதான் என் கவிதையே!

சீனி இப்ராஹிம் மற்றும் ரிஹானா பேகம் ஆகியோர்க்கு ராமநாதபுரத்தில் பிறந்தவர் ஆசிஃப் இப்ராஹிம். பள்ளிப்பருவமுதலே கவிதை மற்றும் எழுத்து மேல் கொண்ட ஆர்வத்தால் கவிதை, குறும்பட கதைகள் என எழுத தொடங்கி பின் எழுதியதை இயக்கவும் செய்தார். பல்வேறு குறும்படங்களை எழுதி இயக்கிய இவர் சமூகஊடக விளம்பரங்களுக்கும் எழுதியுள்ளார். இவரது "சேற்றில் நனையும்" என்ற உழவர் பற்றிய கவிதை இசையமைப்பாளர் ஹிப்ஹாப் ஆதியால் பாராட்டப்பட்டது.

ஆசிரியரின் சமூக ஊடகப் பக்கங்கள்:

Instagram: @md_aasif_ib

Twitter: @thisis_asf

9 7 9 8 8 9 3 2 2 9 8 7 5